"તેના દસ માથા અને વીસ ચળકતી આંખો," વાર્તા ચાલુ રાખતાં દાદીમાએ ધીમા અવાજે કહ્યું. દીપક રજાઈ નીચે સંતાઈ ગયો.

"Ravana, with his ten heads and twenty flashing eyes," Dadi continued, in a hushed voice. Deepak hid under the covers.

સવારના નાસ્તો કરતી વખતે દીપકને આ જ વાર્તા યાદ આવ્યા કરતી હતી.
"તું ચિંતા કરવાનું છોડી દે, દીપક," ડેડીએ કહ્યું. "તને ખબર છે, છેવટે તો રામે તેમના દોસ્ત વાનરસેનાના નાયક હનુમાનની મદદથી રાવણને હરાવ્યો જ હતો."

At breakfast, Deepak couldn't stop thinking about the story.
"Stop worrying, Deepak," said Dad. "You know Rama and his friend Hanuman, the monkey warrior, beat Ravana in the end."

De   alí

Illustrated by Doreen Lang

Gujarati translation
by Bhadra Patel

દિવાળીની આગલી રાતે દાદીમાએ દીપકને રામ અને તેમની પત્ની સીતાની વાર્તા કહી હતી. દાદીમાએ દસ માથાવાળા રાક્ષસ રાજા રાવણનું, અને સીતાને તે કેવી રીતે ઉપાડી ગયો હતો તેનું વર્ણન કર્યું હતું.

The night before Diwali, Dadi told Deepak the story of Rama, and his wife, Sita. Dadi described the demon king, Ravana, and how he stole Sita away.

દીપકને થોડું સારું લાગ્યું, ત્યાં તો ડેડીએ કહ્યું કે સાંજની પાર્ટી માટે તેમને તારામંડળ નથી મળ્યાં. દીપકને તારામંડળ બહુ જ ગમે. તેને થયું, તારામંડળ વિના દિવાળીમાં શું મજા આવશે?

Deepak felt a bit better, until Dad told him that he hadn't been able to buy any sparklers for the party that evening. Sparklers were Deepak's favourite part of Diwali.

"કેમ શું થયું છે, દીપક?" સ્કૂલે જતાં તેના ખાસ મિત્ર ટીમે પૂછ્યું.

"આ મારી ખરાબમાં ખરાબ દિવાળી હશે," દીપકે નિસાસો નાખ્યો. "ડેડને તારામંડળ ક્યાંય ન મળ્યાં, નાનકડી બત્તીઓ પણ કામ નથી કરતી, અને સૌથી ખરાબ વાત તો એ છે," એણે સાવ ધીમા અવાજે કહ્યું, "મને લાગે છે રાક્ષસ રાજા રાવણ મારી પાછળ પડ્યો છે."

"What's wrong Deepak?" asked his best friend, Tim, on the way to school.
"It's the worst Diwali *ever*," Deepak sighed. "Dad couldn't get any sparklers, the fairy lights aren't working and, even worse," he whispered, "I think Ravana, the demon king, is after me."

"આ કંઈ હસવાની વાત નથી," હસવાનું સંતાડવા પ્રયત્ન કરતા ટીમને દીપકે કહ્યું. "એ ત્યાં છે જ."
પણ તેમણે પાછળ જોયું તો કોઈ જ ત્યાં નહોતું.
"ચાલો જલદી કરો છોકરાઓ, આપણને મોડું થશે," મમ્મીએ કહ્યું.

"It's not funny," said Deepak, as Tim tried to keep a straight face. "He's just there." But when they looked over their shoulders they couldn't see anything.
"Come on boys, we'll be late," said Mum.

"શું રાવણ હજુ પણ તારી પાછળ પડ્યો છે?" હસતાંહસતાં ટીમે કહ્યું.
"મને તો તે દેખાતો નથી," પીઠ પાછળ ફરીને જોતાં દીપક બોલ્યો.
દીપકની આવી બેઢંગી વાતોથી ટીમ ટેવાયેલો હતો, પણ તે જોઈ શકતો હતો કે આજે દીપક બેચેન હતો. "તું ચિંતા ન કર દીપક, ગાય ફૉક્સ રાત માટે અમે ઘણાં તારામંડળ લઈ રાખ્યાં છે, એમાંથી તને જોઈએ તો થોડાં લઈ લેજે."

"Is Ravana still chasing you?" said Tim, smiling.
"I can't see him," said Deepak, looking over his shoulder.
Tim was used to Deepak's wild stories, but he could see he was upset. "Don't worry Deepak, we've got lots of sparklers ready for Guy Fawkes Night, you can borrow some if you like."

"થેન્ક યુ, ટીમ," દીપકે કહ્યું. "હું મારાં મમ્મીને કહીશ કે આ વર્ષની સ્કૂલ પાર્ટી માટે કોઈએ ન બનાવ્યો હોય તેવો સૌથી સરસ વેશ તારા માટે બનાવી આપે. હું તો ચાંચિયો થઈને જવાનો છું," મમ્મીના બનાવેલા વેશ માટે દીપક ગૌરવ લેતો. "તું શું બનીશ?"
"મને લાગે છે હું રોબીન હુડ બનીશ," ટીમે કહ્યું.

"Thanks, Tim," said Deepak. "I'll ask Mum to make you the best costume ever for the school party this year. I'm going as a pirate." Deepak was proud of his mum's costumes. "Who are you going to be?"
"I think I'll be Robin Hood," said Tim.

ઘેર પાછા ફરતી વખતે દીપકની પાછળ પડેલો રાવણ ક્યાંય દેખાયો નહીં, અને આંગણામાં સુંદર રંગોળી પર સાચવીને કૂદકો મારતાં, હવે તો એ તેના વિશે ભૂલી પણ ગયો હતો. મહેમાનોને આવકારવા માટે તેણે અને મમ્મીએ મળીને આગલી રાત્રે રંગોળી તૈયાર કરી હતી.

There was no sign of Ravana on Deepak's way home, and he had nearly forgotten about him as he stepped carefully over the beautiful Rangoli patterns on his doorstep. He and Mum had made them the night before to welcome the guests.

પગલૂછણિયા પર દીપકે તેના નામના રંગબેરંગી ત્રણ પરબીડિયાં જોયાં. તેનાં નાની-નાના અને માસી-મામાનાં બાળકોએ છેક ઇન્ડિયાથી તેને દિવાળી કાર્ડ્સ મોકલ્યાં હતાં.

On the doormat, Deepak found three colourful envelopes addressed to him. They were Diwali cards from Nani and Nana and his cousins, sent all the way from India.

રસોડામાંથી આવતી ખાવાનાની સુગંધથી દીપકના મોંમાં પાણી આવ્યું. મમ્મીએ સમોસાં બનાવ્યાં હતાં અને તેને બહુ જ ભાવતા ગોળગોળ પીળા લાડુ પણ બનાવ્યા હતા.

"હલ્લો મમ્મી, હલ્લો ડેડી," કહેતાં દીપકે એક લાડુ લેવા હાથ લંબાવ્યો.

"ઊભો રહે!" મમ્મીએ કહ્યું. "આપણે સાંજે ભગવાનને ધરાવ્યા પહેલાં લાડુ ખાઈ નશકીએ. હમણાં તું એક સેન્ડવીચ ખાઈ લે."

The delicious smells coming from the kitchen made Deepak's mouth water. There were samosas and yellow sweet balls called ladoos, Deepak's favourite.

"Hi Mum, hi Dadi," said Deepak, as he reached for a ladoo.

"Hold on!" said Mum. "We can't eat these ladoos before we offer them to the gods this evening. Have a sandwich for now."

દીપકે મમ્મી-ડેડીને તારામંડળ વિશે વાત કરતાં પૂછી જોયું, "આપણે ટીમ અને તેના ડેડીને સાંજે આપણા ઘરે બોલાવીએ તો?"

"મને લાગે છે આ વર્ષે તને વધારે તારામંડળ મળશે," ડેડીએ આંખ મારતાં કહ્યું. "અને આજ રાત માટે મેં નવી નાનકડી બત્તીઓ પણ લઈ લીધી છે."

દીપકને થયું એ કદાચ ખોટી ચિંતા કરતો હતો.

Deepak asked if Tim and his dad could spend the evening with them and explained about the sparklers.

"You'll have extra sparklers this year," said Dad with a wink. "And we've got some new fairy lights for tonight."

Perhaps things wouldn't be so bad after all.

દીપકે જલદીથી કુરતા-પાયજામા પહેરી લઈ, મમ્મી અને દાદીમાને દીવા બાનાવવામાં મદદ કરી. તેમણે બધી બારીઓએ એક એક દીવો મૂક્યો અને બારણાની બહાર પણ દીવા મૂક્યા. પણ પવનથી દીવા વારેવારે બુઝાઈ જતા હતા.

Deepak quickly changed into the traditional Kurta-Paijama, and helped Mum and Dadi prepare the oil lamps. They put one on every windowsill and at the front door. But the lamps kept blowing out.

"આ રાવણની જ કરામત લાગે છે!" દીપકે કહ્યું.

"આ તો આજે પવન બહુ છે ને એટલે આમ થાય છે, દીપક," મમ્મીએ કહ્યું. "આપણે લક્ષ્મીજી માટે બારીબારણાં ખુલ્લાં રાખશું. એ કોઈ ખરાબ જીવને અંદર આવવા જ નહીં દે ને! એટલે તું બહુ ચિંતા ન કર, દીપક!"

"It's Ravana!" said Deepak.
"It's just a windy night, Deepak," said Mum. "We'll leave the doors and windows open for goddess Lakshmi to keep bad spirits away, so no more worrying!"

ત્યાં તો પૂજા કરવાનો સમય થઈ ગયો. મમ્મીએ રામ, લક્ષ્મણ, સીતાજી અને હનુમાનની છબીની સામે દીવો પ્રગટાવ્યો. તેમણે ચાંદલા કરવા માટે કંકુમાં પાણી નાખ્યું. પછી તેમણે સૌનું સારું થાય એ ભાવનાથી બધાંનાં કપાળે ચાંદલો કર્યો.

Soon it was time to pray. Mum lit a lamp in front of a picture of Rama, his brother Lakshman, Sita, and Hanuman. She prepared the tika by mixing special red powder with a few drops of water. She then carefully put a tika on everyone's forehead for good luck.

ભગવાનને લાડુનો પ્રસાદ ધરાવવામાં અવ્યો. પછી બધાંએ ભેગાં મળી રામની આરતી ગાઈ અને બધાંને સુખ અને શાન્તિ આપવા માટે પ્રભુનો આભાર માન્યો. હવે દીપકથી રહેવાયું નહીં અને તેણે એક સ્વાદિષ્ટ લાડુ ઝડપથી મોઢામાં મૂકી દીધો.

The family offered ladoos to the gods. Then they sang an Aarti praising Rama and thanking him for blessing everyone with happiness and peace. Deepak couldn't resist any more and gobbled down one of the delicious sweets.

"ચાલો આપણે નાની-નાનાને ફોન કરીએ," ડેડીએ સૂચન કર્યું. "ઇન્ડિયામાં અત્યારે મધરાત થવા આવી હશે, પણ એ લોકો આપણા માટે ખાસ જાગતાં બેઠાં હશે."

"Let's call Nani and Nana," suggested Dad. "It's nearly midnight in India but they're staying up especially."

"શુભ દિવાળી, નાની! શુભ દિવાળી, નાના!"
"અને તને પણ બેટા," તેનાં નાની-નાનાએ જવાબ આપ્યો અને આવતા વર્ષમાં તેને ઘણું સુખ મળે તેવી શુભેચ્છા પાઠવી. દીપક તેમને બહુ જ યાદ કરતો હતો, એટલે મમ્મીએ તેને વચન આપ્યું કે ડિસેમ્બરમાં તે જરૂર તેને ઇન્ડિયા લઈ જશે.
ત્યાં તો બારણાની ઘંટી વાગી.

"Happy Diwali, Nani! Happy Diwali, Nana!"
"And to you, Beta," his grandparents replied and they wished him happiness for the year ahead. Deepak missed them, but Mum promised that they would visit India in December.
Just then the doorbell rang.

"શુભ દિવાળી!" માસી અને માસા અને બહેન તારાએ કહ્યું, અને હોલમાં બધાં એકબીજાંને ભેટ્યાં. માસી હીરાના આકારની ચાંદીની વરખવાળી બરફીનું બોક્સ લાવ્યાં હતાં. ટીમ પણ આવ્યો. તે અને તેના ડેડી થેલી ભરીને તારામંડળ લાવ્યાં હતાં. ઝગમગાટ અને તડતડ થતા તારામંડળ સળગાવવા માટે દીપક અધીરો બની ગયો.

"Happy Diwali!" said Aunty and Uncle and cousin Tara, and everyone hugged in the hall. Aunty brought a box of cream coloured sweets, shaped like diamonds with silver paper on top. Tim came too. He and his dad brought a bag full of sparklers. Deepak couldn't wait to set them crackling and fizzing.

થાળી ભરીને ચણાનું શાક, પનીર, પુરી, જીરાવાળો ભાત અને મીઠામીઠા હલવાનું ભોજન બહુ જ સ્વાદિષ્ટ હતું.

"મને લાગે છે આજે રાવણ તેનો બદલો લેવાનો છે," દીપકે તારાને ચીડવતાં કહ્યું. "મને લાગે છે કે આજે રાત્રે સીતાને ગુમાવી છે એટલે રાવણ હવે તારાને ઊપાડી જવાનો છે."

"જોઉ છું કેમનો આવે છે," ગુસ્સાથી તારા બોલી.

"દીપક! બહેનને બીવડાવ નહીં," મમ્મીએ કહ્યું.

"હું કંઈ બીતી નથી!" તારાએ કહ્યું, "હું તેનાં દસેય માથાં કાપી નાખીશ."

"અરે, તારાની સામે રાવણની શી વિસાત!" તારાના ડેડીએ હસતાં હસતાં કહ્યું.

The meal was delicious, with platefuls of chickpea curry, paneer, fried puree bread, mounds of cumin rice and yummy halwa pudding.
"I think Ravana is going to take his revenge tonight," Deepak teased. "I think he's going to steal Tara to make up for losing Sita."
"I'd like to see him try," said Tara fiercely.
"Deepak! Stop trying to frighten your cousin," said Mum.
"I'm not scared!" said Tara, "I'd chop all ten of his heads off."
"I don't think he'd stand much of a chance against Tara," laughed her dad.

બધાંએ જમી લીધું પછી મમ્મીએ સમજાવ્યું કે દિવાળીમાં દીવા શા માટે પ્રગટાવવામાં આવે છે. "જયારે રામે અને હનુમાને સીતાજીને રાવણની પકડમાંથી બચાવી લીધાં, ત્યારે દુષ્ટતા પર સારાઈની જીતને ઉજ્વવા માટે લોકોએ માટીનાં દીપક પ્રગટાવ્યા."

"એટલે મારા નામનો અર્થ ઉજ્વણી થાય છે," ગૌરવથી દીપક બોલ્યો.

"હા, અથવા ફક્ત માટીનો એક લોચો," તારાએ કહ્યું અને ટીમ હસી પડ્યો.

"ચાલો બાળકો, તારામંડળ સળગાવવાનો સમય થયો છે!" ડેડીએ બાગમાંથી બૂમ પાડી.

After dinner, Mum explained why people light lamps at Diwali. "When Rama and Hanuman rescued Sita from Ravana, the people burned clay lamps, called deepaks, to celebrate the triumph of good over evil."

"So my name means celebration," said Deepak proudly.

"Yes, or just a lump of clay," said Tara, making Tim laugh.

"C'mon kids, it's time for sparklers!" Dad called from the garden.

અંધારામાં તડતડ થતા તારામંડળના તણખાનો અવાજ સાંભળીને દીપક, ટીમ અને તારાને લાગતું હતું કે જાણે સાચે જ હનુમાન રાવણની સામે લડી રહ્યા છે.

As their sparklers sputtered and crackled in the dark, Deepak, Tim and Tara were sure they could see Hanuman fighting Ravana.

"શાબાશ હનુમાન!" તે બધાં જોરજોરથી બોલતાં હતાં.
"ચાલો આપણે તેમને મદદ કરીએ!" તારાએ મોટા અવાજે કહ્યું, અને તેઓ રાત પર હુમલો કરતાં હોય તેમ હવામાં તારામંડળોને આમથીતેમ ફેરવવા લાગ્યાં.

"C'mon Hanuman!" they all yelled.
"Let's help!" cried Tara, as they twirled their sparklers, attacking the night.

લડાઈ પતી ગઈ પછી, વિજેતાઓએ લાડુ અને બરફી ખાધાં અને તેમનામાં ફરી ગરમી આવી ગઈ. ત્યાં તો ઘરે જવાનો સમય થઈ ગયો હતો. દીપકે મમ્મીને પૂછ્યું કે તે ટીમ માટે રોબીન હૂડનો વેશ બનાવી આપશે? પણ ટીમે માથું ધુણાવ્યું.

After the battle, the victors had ladoos and burfis to warm themselves up, and then it was time to go home. Deepak asked Mum if she would make a Robin Hood costume for Tim, but Tim shook his head.

"હવે મને નથી લાગતું કે મારે રોબીન હુડ બનવું છે," ટીમે કહ્યું.
"ટીમ," મમ્મીએ કહ્યું. "તને જે ગમે તે વેશ હું તને બનાવી આપીશ. તારે શું બનવું છે બસ તે મને કહી દે."

"I'm not sure I want to be Robin Hood now," he said.
"Well Tim," said Mum, "I can make any costume you like. Just let me know who you want to be."

"હું વાંદર સૈનિક હનુમાન છું!" ટીમે કહ્યું.
"અને હું રામ છું!" દીપક હસ્યો.

"I'm Hanuman, the monkey warrior!" said Tim.
"And I am Rama!" laughed Deepak.

Glossary

Lakshmi

Beta

Dadi

Burfi

Tika

Ladoos

Kaju Katri

Nani

Rangoli patterns

Kurta-paijama

Samosa

Nana

Divas

Aarti

Recipes

Mango Lassi

Ingredients
175ml yogurt
150ml milk
1 peeled chopped mango
1 tablespoon sugar
1 tablespoon honey
8 ice cubes
A little ground cardamom
or some chopped pistachio
nuts (if you like)

Method
1. Put all the ingredients in a blender and blend for two minutes or until smooth. If you don't have a blender you can use a whisk and add the ice later.
2. Strain through a sieve to remove any large ice chunks and big pieces of mango.
3. Pour into glasses and serve with a dusting of ground cardamom or pistachio nuts.

Halwa

Ingredients
100g sugar
200g water
2 tablespoons unsalted butter
300g carrots, grated
300ml full fat milk
½ tsp powdered cardamom
1 tablespoon of cashew nuts, chopped finely

Method
1. Mix the sugar with double the quantity of water in a heavy saucepan and bring to the boil.
2. Reduce heat and cook until the syrup has thickened slightly. Take off the heat and set aside.
3. In the meantime, heat the butter in a heavy-bottomed saucepan and add the carrots, stirring occasionally to prevent them from sticking.

4. After 5 minutes add the sugary syrup and stir until blended.
5. Pour in the milk, reduce the heat and cook until the carrots are mushy, the milk has been soaked up, and the mixture has turned brown.
6. Take off the heat, mix in the cardamom, and serve warm, decorated with the nuts. Halwa is delicious served with plain yogurt or vanilla ice-cream.

> Cooking equipment can be dangerous, so make sure you are always with an adult when preparing food.

i

Kheer

Ingredients ⬤   *Method* ⬤

Ladoos

Ingredients ⬤   *Method* ⬤

Story

Rangoli Patterns

Here are some Rangoli patterns, like the ones that Deepak made for his house.
You can find some special grid paper on our website, *www.mantralingua.com*, so
that you can copy these or make your own patterns.